AF219586

Impressum
Verlag: BABADADA GmbH, Nedderfeld 112 , 22529 Hamburg
Geschäftsführer / Verlagsleitung: Harald Hof
Druck: Books on Demand GmbH, In de Tarpen 42, 22848 Norderstedt

Imprint
Publisher: BABADADA GmbH, Nedderfeld 112 , 22529 Hamburg, Germany
Managing Director / Publishing direction: Harald Hof
Print: Books on Demand GmbH, In de Tarpen 42, 22848 Norderstedt

shule

škola

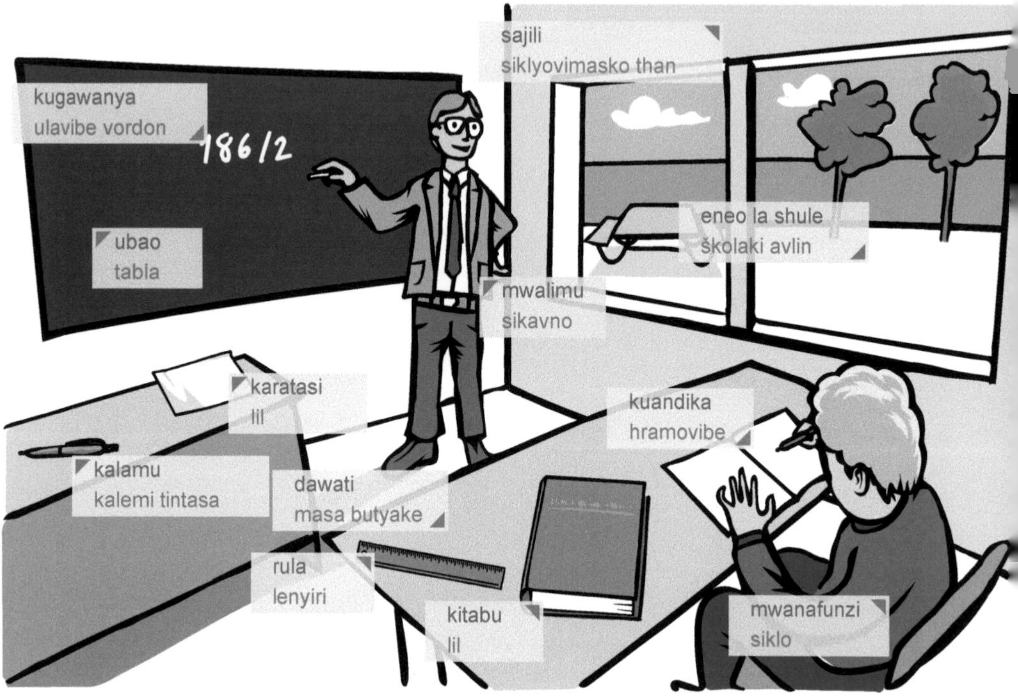
sajili
siklyovimasko than
kugawanya
ulavibe vordon
186/2
ubao
tabla
eneo la shule
školaki avlin
mwalimu
sikavno
karatasi
lil
kuandika
hramovibe
kalamu
kalemi tintasa
dawati
masa butyake
rula
lenyiri
kitabu
lil
mwanafunzi
siklo

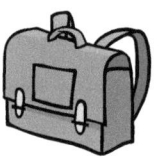

mkoba

dumeski tašna

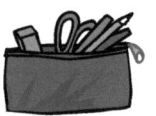

kikasha cha penseli

kalemengi kutia

penseli

kalemi

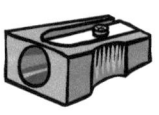

kichonga penseli

kalemengi čhurori

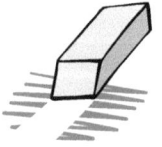

mpira

kosimaski guma

pedi ya kuchora

čitrimasko bloko

uchoraji

čitribe

brashi ya rangi

boyimaski frča

sanduku la rangi

boyimaski kutia

mkasi

kata

gundi

lepako

daftari

bukjardarimasko lil

kazi ya nyumbani

khereski buti

nambari

gendo

jumlisha

džide

ondoa

ikal

zidisha

multiplicirin

kokotoa

kalkulirin

barua

hramome lil

alfabeti

alfabeta

neno

lafo

maandishi

teksti

kusoma

drabaribe

chaki

kreda

somo

lekciya

sajili

Klasesko registro

uchunguzi

egzameni

cheti

sertifikato

sare za shule

školaki uniforma

elimu

edukacia

elezo

enciklopedia

chuo kikuu

univerziteto

darubini

mikroskopo

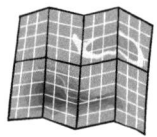

ramani

mapa

kikapu cha kuweka karatasi chafu

korpa čhudimaske lila

usafiri
dromaripe

hoteli
hoteli
Grand
hosteli
Lačhi blevel!
ROOMS
ofisi ya ubadilishanaji
biro baši devize
EXCHANGE
sanduku
koferi
gari
vordon

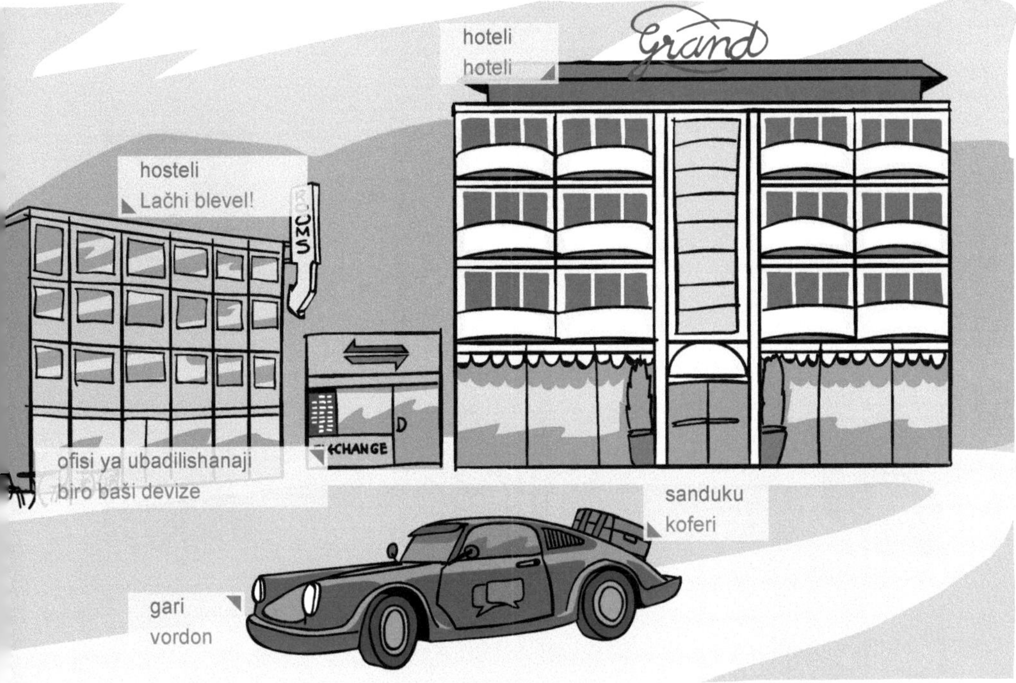

lugha
ćhib

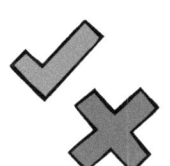

ndiyo / la
va / na

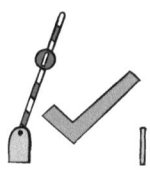

sawa
Okay

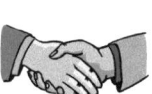

hujambo
Namaste

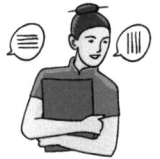

mtafsiri
tumači

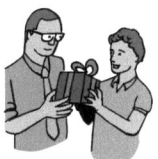

Asante
Ov sasto

kiasi gani ni ...?

Kozom si...?

Sielewi

Na havava

tatizo

problemo

Jioni njema!

Lačhi rat!

Habari za asubuhi!

Lačhi javin!

Usiku mwema!

Lačhi rat!

kwa heri

ačhon Devlesa

mwelekeo

dromeski sikavin

mizigo

bagaži

mfuko

gono

shanta

dumesko gono

mgeni

misafiri

chumba

kamara

begi la kulalia

sovimasko gono

hema

cerha

taarifa ya utalii

turistikani informacia

ufuo

plaža

kadi

kreditno kartica

kifunguakinywa

javinako habe

chakula cha mchana

kušluko

chakula cha jioni

ratyako habe

tiketi

karta

kuinua

elevatori

muhuri

marka

mpaka

simantra

mila

adetia

ubalozi

ambasada

visa

viza

pasipoti

pašaporti

usafiri

transporti

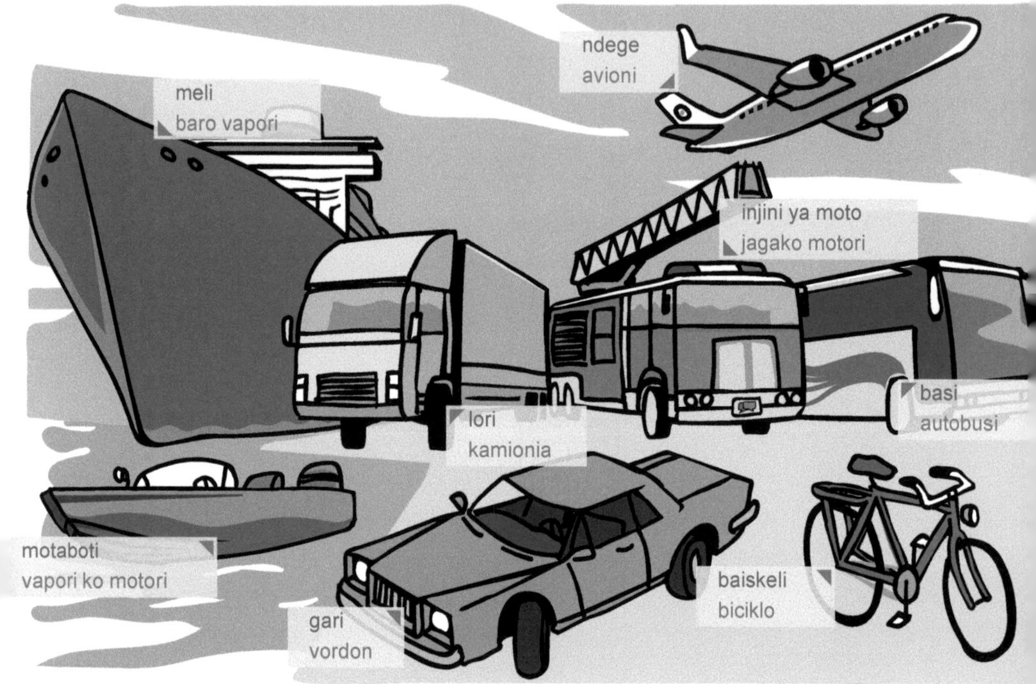

ndege
avioni
meli
baro vapori
injini ya moto
jagako motori
basi
autobusi
lori
kamionia
motaboti
vapori ko motori
baiskeli
biciklo
gari
vordon

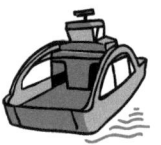

feri

feri vapori

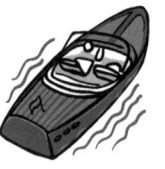

mashua

vapori

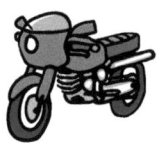

pikipiki

motorciklo

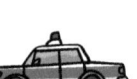

gari la polisi

policiako vordon

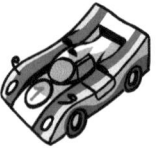

gari la mashindano

prastamasko vordon

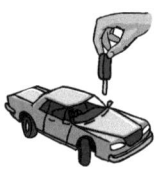

gari la kukodisha

rentakar

kushiriki gari

ulavibe vordon

lori la kuvuta

rumosardo kamioni

ukusanyaji taka

kamionengo than

motor

motori

mafuta

petroli

kituo cha mafuta

petrolesko stasioni

ishara trafiki

trafikoskere išaretia

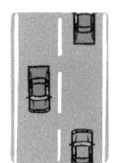

trafiki

trafiko

msongamano

baro trafiko

maegesho

ordonesko parkirimasko than

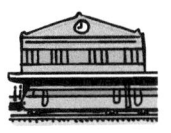

kituo cha treni

pampurengo stasioni

reli

kamionia

garimoshi

pampuri

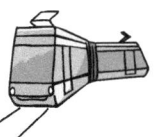

tremu

tramvaj

gari la mizigo

vagoni

helikopta

helikopteri

uwanja wa ndege

aeroporti

mnara

kula

abiria

dromarutno

chombo

kontejneri

katoni

kartoni

mkokoteni

vordonoro

kikapu

sevli

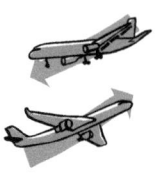

ondoka

urjalipasko starto /
urjalipasko agor

jiji

diz

kijiji

gav

katikati ya jiji

dizyako centro

nyumba

kher

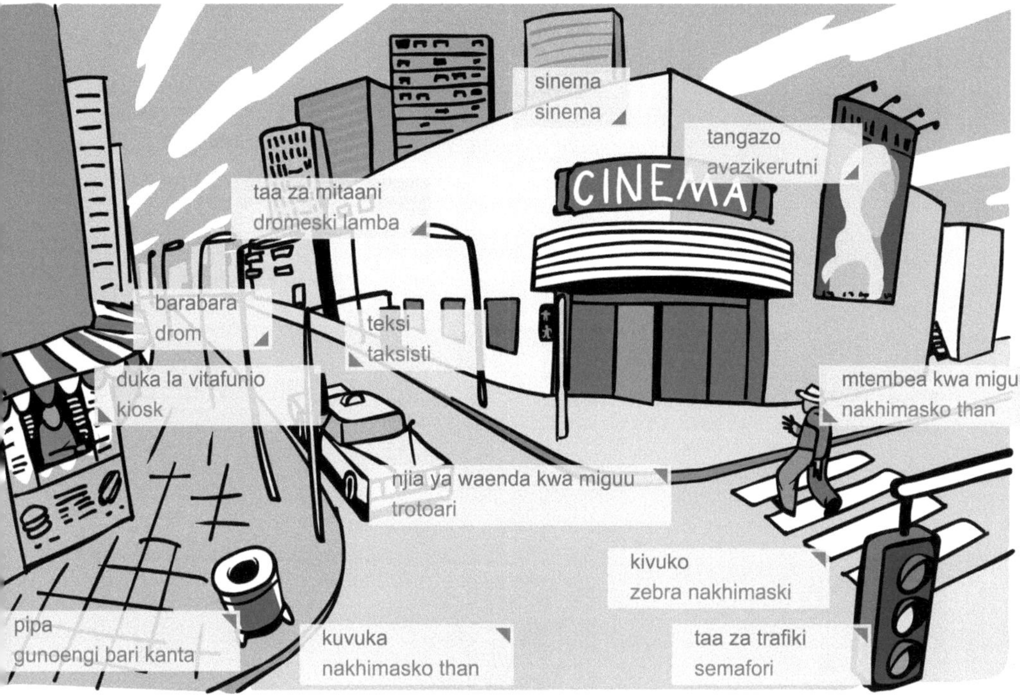

sinema
sinema
tangazo
avazikerutni
CINEMA
taa za mitaani
dromeski lamba
barabara
drom
teksi
taksisti
duka la vitafunio
kiosk
mtembea kwa migu
nakhimasko than
njia ya waenda kwa miguu
trotoari
kivuko
zebra nakhimaski
pipa
gunoengi bari kanta
kuvuka
nakhimasko than
taa za trafiki
semafori

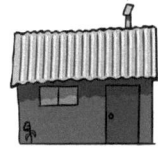

kibanda

koliba

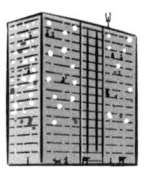

gorofa

apartmani

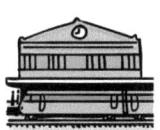

kituo cha treni

pampurengo stasioni

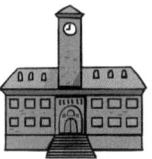

ukumbi wa mji

dizyaki sala

MUSEUM

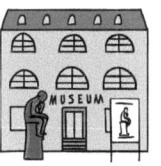

Makavazi

muzeji

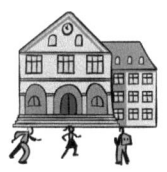

shule

škola

chuo kikuu

univerziteto

benki

banka

hospitali

hospitalo

hoteli

hoteli

duka la dawa

apoteka

ofisi

ofiso

duka la kitabu

lil bikinimasko than

duka

dukyano

duka la maua

lulugengo bikinutno

dukakuu

supermarket

soko

kurko

idara ya kuhifadhi

baro bikinimasko kher

mwuza samaki

mačhengo astarutno

kituo cha ununuzi

kinimasko centro

bandari

vaporengo ačhovimasko
than

Hifadhi

parko

benki

klupa

daraja

purt

vidato

merdevenya

chini ya ardhi

metro stasioni

handaki

tuneli

kituo cha mabasi

autobuseski adžikerin

bar

bar

mgahawa

restorani

sanduku la posta

poštako mohto

ishara ya barabara

dromesko išareti

mita ya maegesho

parking than

bustani ya wanyama

zoo

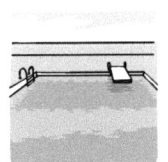

kidimbwi cha kuogelea

nangyovimasko bazeni

msikiti

džamiya

shamba
farma

uchafuzi
melalipe

makaburini
limorengo than

kanisa
khangeri

uwanja wa michezo
khelimasko than

hekalu
hramo

mazingira
pejzaži

jani
patrin

ishara ya mwelekeo
išareti

njia
drom

malisho
livazin

jiwe
bar

mtembeaji wa masafa
phiravno

mti
kašt

mto
len

nyasi
čar

ua
luludi

bonde

harno than

kilima

bairi

ziwa

devrijal

msitu

veš

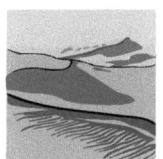

jangwa

mulano than

volkano

vulkano

ngome

saraji

upinde wa mvua

renkali badalin

uyoga

gaba

mtende

palma kašt

mbu

sivrija

kuruka

mak

chungu

karandža

nyuki

birumni

buibui

pauko

mende
buba

chura
žamba

kuchakuro
ververica

nungunungu
kanzauri

sungura
šošoj

bundi
buf

ndege
pakšin

swan
lebedi

nguruwe mwitu
bali

kulungu
eleno

aina ya kongoni
eleno

bwawa
pani garavin

tabo ya upepo
bavlalaki turbina

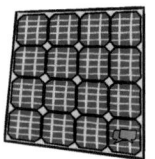

nishaji ya jua
solarno paneli

hali ya hewa
klima

mgahawa
restorani

mhudumu
kelneri
menyu
menije
kiti
sandaliya
supu
čorba
piza
pica
vilia
habasko alati
kitambaa cha mezani
poftaneski salfetka

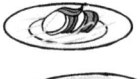

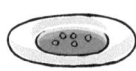

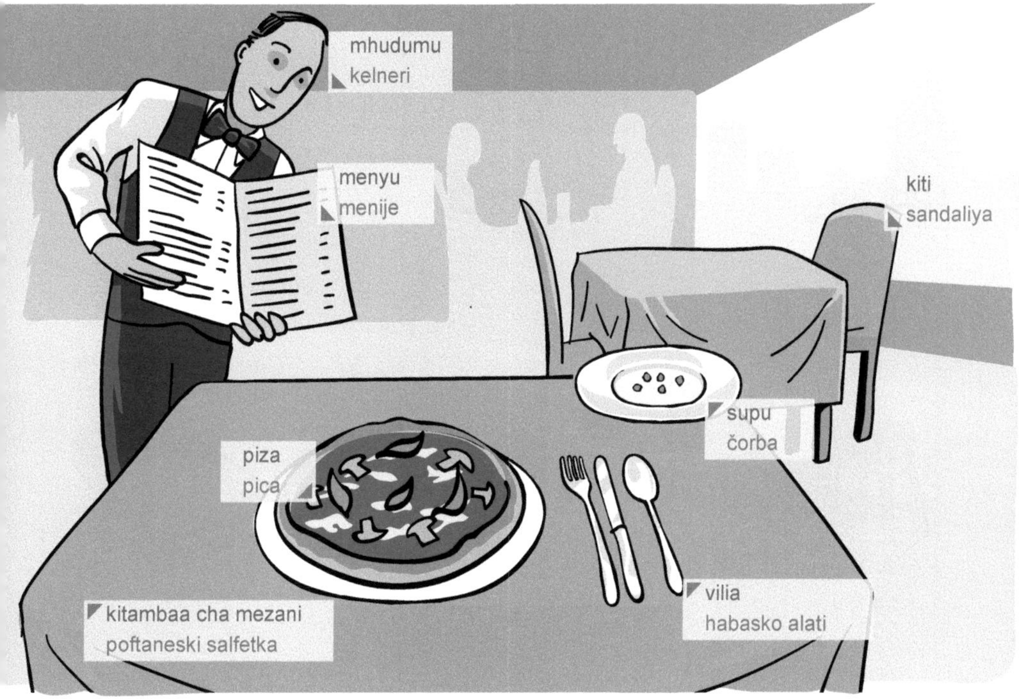

kiamsha hamu

avgo habe

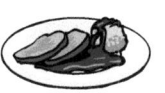

kozi kuu

šerutno habe

kitindamlo

gudlimata

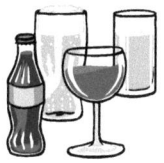

vinywaji

piiba

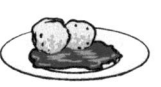

chakula

habe

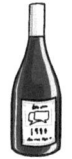

chupa

šiša

chakula cha haraka

fast food

sokakongo habe

Streetfood

sokakongo habe

buli

čajniko

kisanduku cha sukari

šekereskoro čaroro

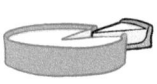

sehemu

porcia

mashine ya espresso

makina vaš espresso

kiti kirefu

uči sandaliya

muswada

esapi

trei

apladiya

kisu

čhuri

uma

vilyuška

kijiko

roj

kijiko cha chai

čajeski roj

nepi

salfetka

glasi

tahtai

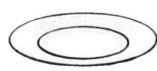

sahani

čaro

sahani ya supu

čaro čorbake

sufuria

hor čaro

mchuzi

sosi

kichanyaji chumvi

londesko čaroro

kinu cha pilipili

kale biberesko pišlo

siki

šut

mafuta

zejtini

viungo

začinia

kechapu

kečap

haradali

senf

kachumbari nzito

majonezi

dukakuu
supermarket

ofa maalum
specialno oferta
FOR
mteja
mušteriya
maziwa
thudeske butya
matunda
emiši
toroli
vordonoro

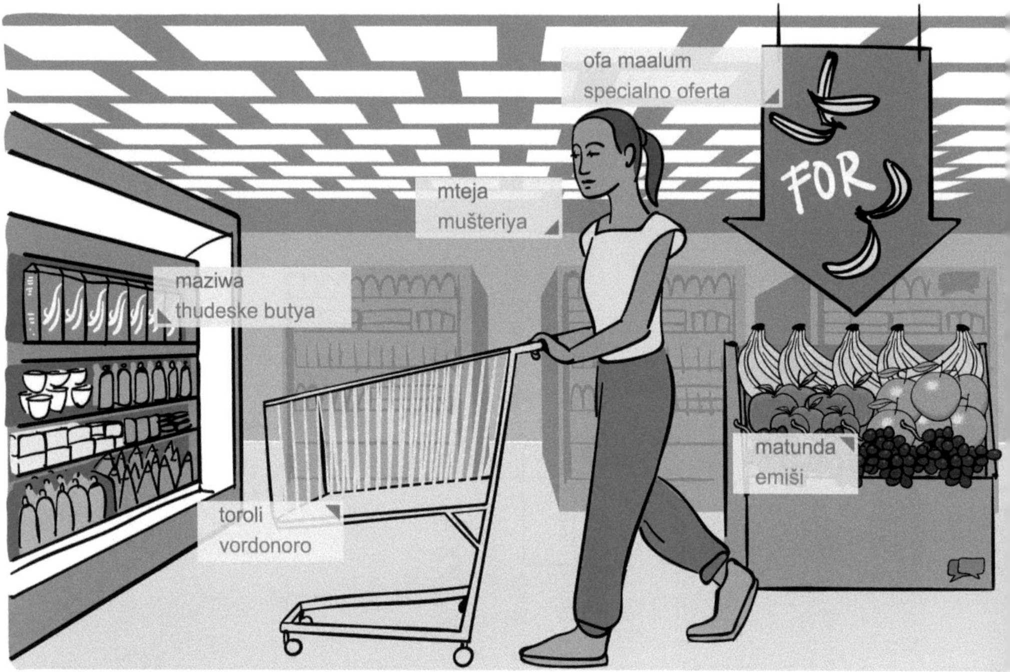

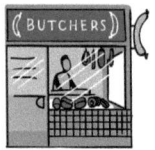

BUTCHERS

mchinjaji
kasapi

BAKERY

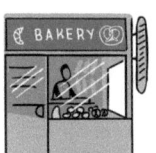

mwokaji
furuna

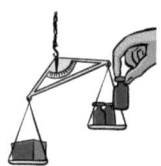

uzito
ladavipe

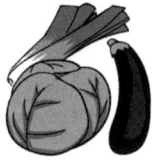

mboga
zarzavati

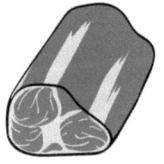

nyama
masesko rolati

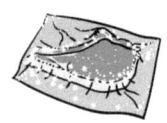

chakula waliohifadhiwa
pahome habe

ipande vya nyama baridi

šudro mas

chakula cha kopo

konzerva

sabuni ya unga

thovimasko prašako

pipi

gudlimata

bidhaa za kaya

khereske butya

bidhaa za kusafisha

užarimaske butya

mtu mauzo

bikinutno

mpaka

kasapi

keshia

kasieri

orodha ya manunuzi

kinimaski patrin

masaa ya ufunguzi

putarimaske satura

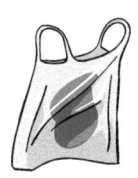

mkoba

lovengi tašna

kadi

kreditno kartica

mfuko

gono

mfuko wa plastiki

plastikano gono

maji

pani

sharubati

džus

maziwa

thud

coke

kola

mvinyo

mol

bia

bira

pombe

alkohol

kakao

kakao

chai

čaj

kahawa

kafa

spreso

espresso

kapuchino

cappuccino

ndizi

banana

tufaha

phabaj

machungwa

portokali

tikiti

kavuni

lemon

limoni

karoti

karota

kitunguu saumu

sir

mianzi

bambusi

kitunguu

purum

uyoga

gaba

karanga

akhora

nudo

humereske butya

spageti

špageti

mpunga

rezo

saladi

salata

vibanzi

čipsi

viazi vya kukaanga

peke kompiria

piza

pica

hambaga

hamburger

sandwichi

sendviči

kipande

kotleti

paja la mnyama

žamboni

salami

salama

soseji

goja

kuku

khajnako mas

choma

peko

samaki

mačho

oats ya uji

popara

muesli

musli

cornflakes

kornfleks

unga

varo

kroisanti

kroasani

andazi

masesko rolati

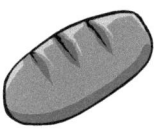

mkate

maro

mkate wa kubanika

tosti

biskuti

biskotia

siagi

puteri

maziwa mgando

urda

keki

torta

yai

jaro

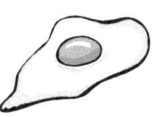

yai kukaanga

peke jare

jibini

kiral

aiskrimu

šudro gudlo

sukari

šekeri

asali

avgin

jemu

džem

kuenea kwa chokoleti

čokoladaki krema

mchuzi wa viungo

kari

chakula - habe

shamba
farma

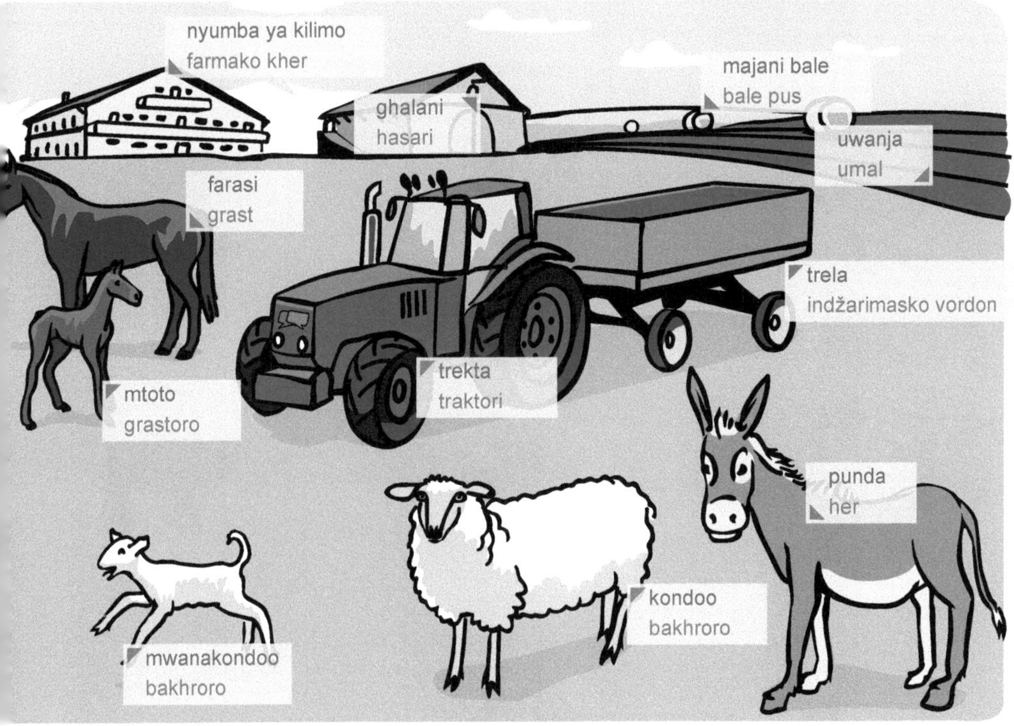
nyumba ya kilimo
farmako kher
ghalani
hasari
majani bale
bale pus
uwanja
umal
farasi
grast
trela
indžarimasko vordon
mtoto
grastoro
trekta
traktori
punda
her
kondoo
bakhroro
mwanakondoo
bakhroro

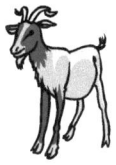

mbuzi

buzno

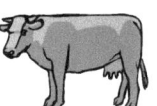

ng'ombe

guruvni

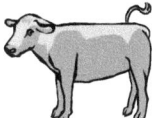

ndama

guruvoro

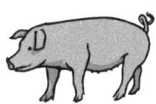

nguruwe

balo

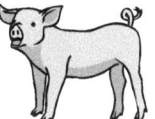

mwananguruwe

baloro

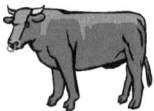

fahali

guruv

batabukini

papin

bata

payka

kifaranga

pilička

kuku

khayni

jogoo

bašno

panya

baro germuso

paka

bilika

panya

germuso

ng'ombe

guruv

mbwa

džukel

nyumba ya mbwa

džukelesko kher

bomba la bustani

žardina

debe la kumwagilia maji

panyarimaski kanta

fyekeo

aindžako kidimasko alati

kulima

plugo

mundu
srpo

jembe
motika

uma wa nyasi
aindžaki vilyuška

shoka
tover

toroli
vordonoro phiravutno

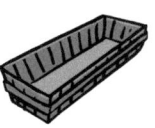

kupitia nyimbo
balani

chombo cha maziwa
thudeski šiša

gunia
harari

ua
trujalutni

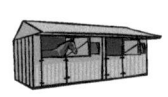

imara
jahri

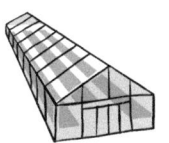

chafu
haryalo kher

udongo
phuv

mbegu
seme

mbolea
gyubre

kivunaji
aindžako kidipe

mavuno
....
kidibe aindž

mavuno
....
harmani

viazi vikuu
....
phuvaki phabaj

ngano
....
giv

soya
....
soja

viazi
....
kompiri

mahindi
....
mumuruzi

rapa
....
šarlagani

mti wa matunda
....
emišengo kašt

muhogo
....
Kasava

nafaka
....
giveskere javinlukoja

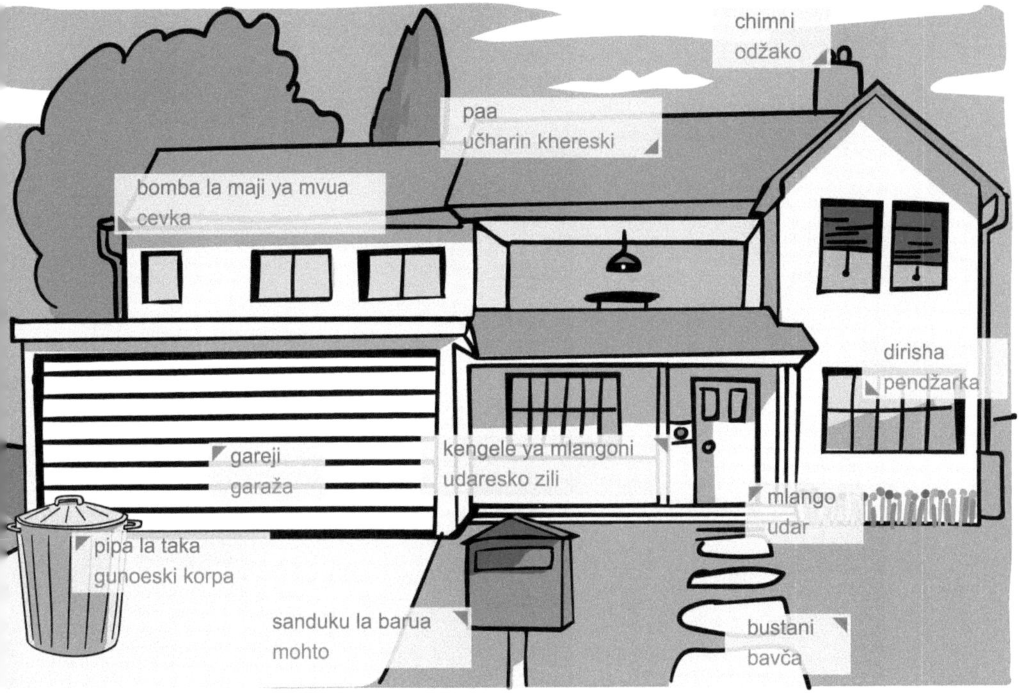

chimni
odžako

paa
učharin khereski

bomba la maji ya mvua
cevka

dirisha
pendžarka

gareji
garaža

kengele ya mlangoni
udaresko zili

mlango
udar

pipa la taka
gunoeski korpa

sanduku la barua
mohto

bustani
bavča

sebuleni

bešimaski kamara

bafu

banya

jikoni

kujna

chumba cha kulala

sovimasko than

chumba ya mtoto

čhavengi kamara

chumba cha kulia

than hajbaske rakjako habe

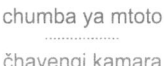

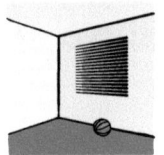

sakafu
kati

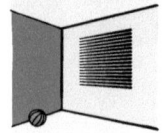

ukuta
duvari

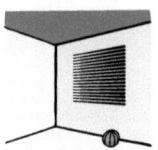

dari
tavano

pishi
špajzi

sauna
sauna

roshani
terasa

mtaro
terasa

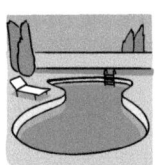

kidimbwi
bazeni

mashine ya kukata nyasi
čar harnyarimaski makina

karatasi
patrin

kitambaa cha kupamba
kitanda
čaršafia

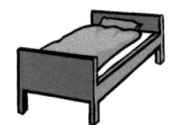

kitanda
kreveto

ufagio
šulavni

ndoo
korpa

kubadili
elektrikani phabarin

sebuleni

bešimaski kamara

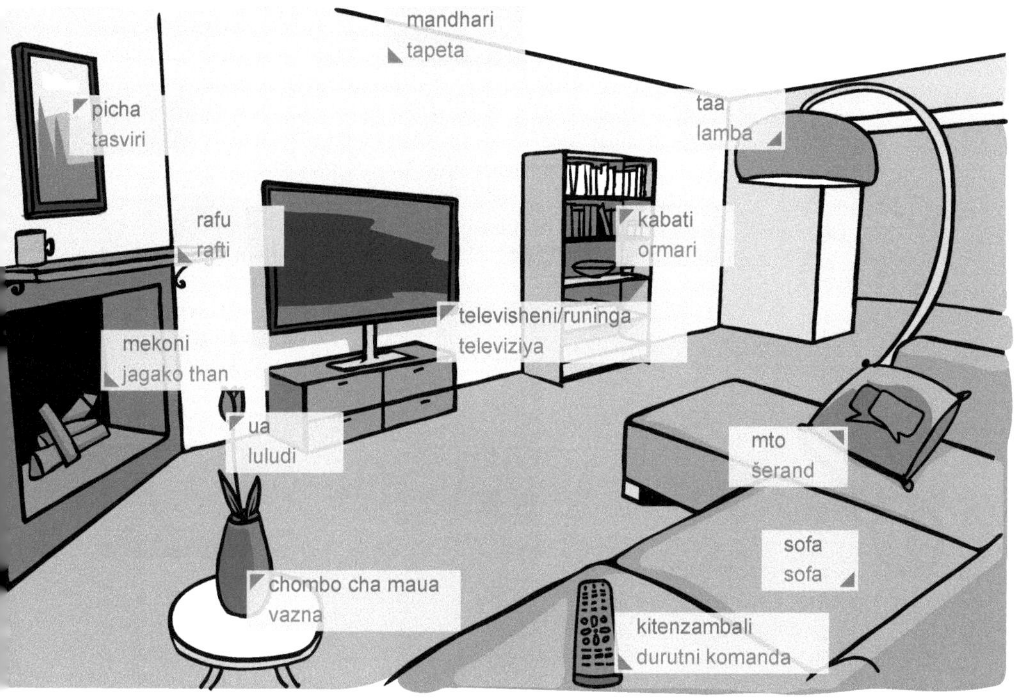
mandhari
tapeta
picha
tasviri
taa
lamba
rafu
rafti
kabati
ormari
televisheni/runinga
televiziya
mekoni
jagako than
ua
luludi
mto
šerand
sofa
sofa
chombo cha maua
vazna
kitenzambali
durutni komanda

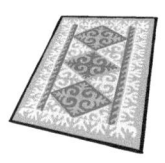

zulia

kilimi

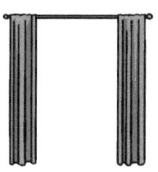

pazia

perde

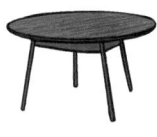

meza

masa

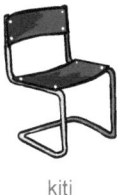

kiti

sandaliya

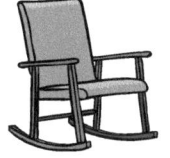

kiti cha bembea

kunajka sandaliya

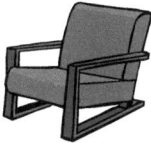

armchair

fotelya

kitabu

lil

blanketi

kebe

mapambo

dekoraciya

kuni

kašta phabarimaske

filamu

filmi

kifaa cha hi-fi

stereo ašunimaske butya

ufunguo

nahtari

gazeti

gazeta

uchoraji

frčaja bojakeribe

bango

posteri

redio

radio

daftari

hramovimasko bloko

kifyonza

elektrikani šulavni

dungusi kakati

kaktusi

mshumaa

momoli

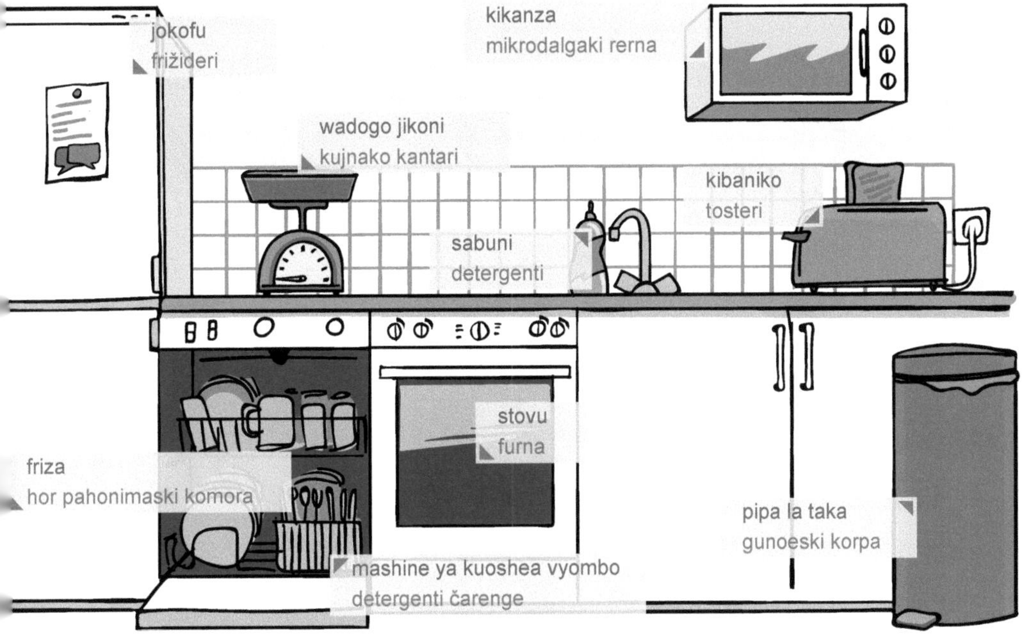

jokofu
frižideri

kikanza
mikrodalgaki rerna

wadogo jikoni
kujnako kantari

kibaniko
tosteri

sabuni
detergenti

stovu
furna

friza
hor pahonimaski komora

pipa la taka
gunoeski korpa

mashine ya kuoshea vyombo
detergenti čarenge

jiko la kupika

keravimasko than

chungu

čaro

sufuria ya chuma

sastrnali tendžera

wok / kadai

vok cihani

kaango

tava

birika

elektrikano bokali

stima

tendžera ki para

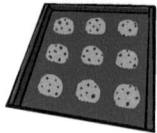

sinia ya kuoka

tepsija

vyombo vya udongo

čare

kombe

bareder fildžano

bakuli

čaro

vijiti vya kulia

kinakere habaskere kaštore

ukawa

fioka

mwiko mpana

špatula

burashi

vastesko mikseri

kichujio

cedimasko čaro

chujio

porizen

mbuzi

rende

chokaa

avano

barbeque

skara

moto wazi

puteribe jag

ubao wa majaribio

čhinimaski tabla

kijiti cha kusukuma unga

oklagia

kizibuo

puterimasko alati

kopo

konzerva

inaweza kopo

konzervako puterutno

kishikio cha chungu

čaresko ikerutno

karo

lavabo

brashi

frča

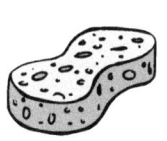

sifongo

sungeri

kisagaji matunda

mikseri

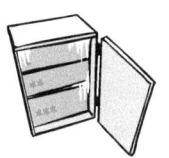

friji ya kina

hor pahonimasko frižideri

chupa ya mtoto

bebeski šiša

bomba

češma

joto
tataripe

mfereji wa kuogea
tuširibe

taulo
peškiri

pazia la kuogea
tuširimaski perda

maji ya kuoga yenye povu
nanyovibe sapuneske balonencar

hodhi
kada nanyovimaske

glasi
tahtai

mashine ya kuosha
makina thovimaske šeja

vigae
pločke

bomba
češma

poti
turako

karo
lavabo

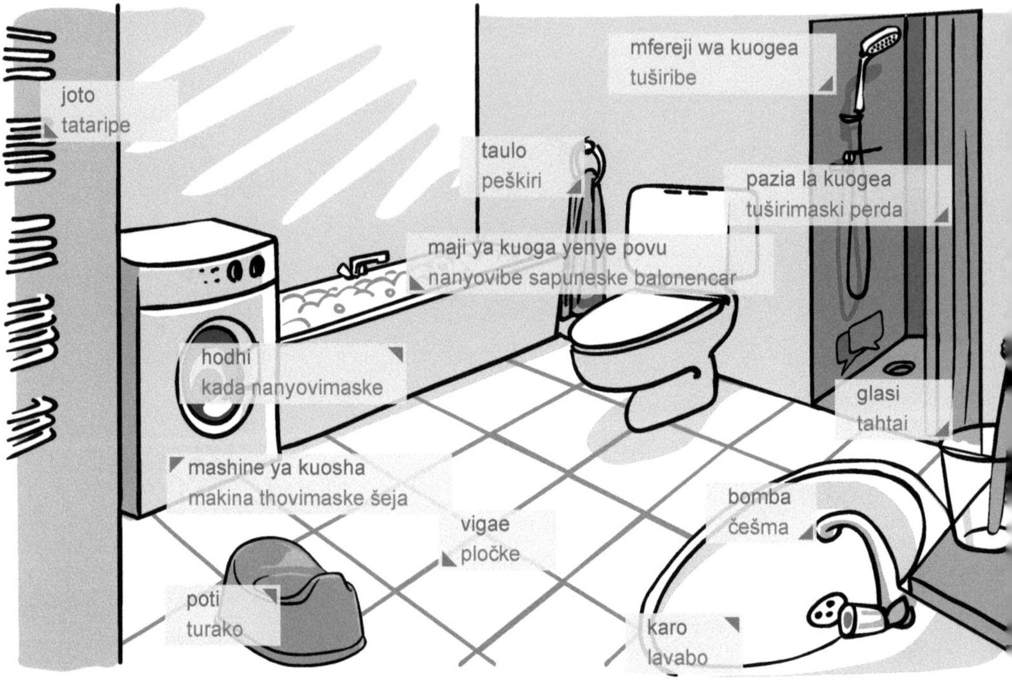

choo

toaleti

choo cha squat

toaleti bešimasa ko pundre

beseni la mviringo

bide

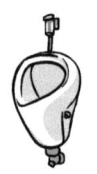

choo cha umma

pisoari

shashi

toaletesko lil

brashi ya choo

frča toaleteske

mswaki

danda thovimaski frča

dawa ya meno

danda thovimaski krema

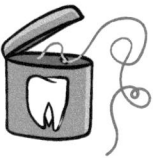

dawa ya meno

dandesko thav

safisha

thovibe danda

kuoga mkono

vasteskoro tuši

msukumo wa maji

tuši

bonde

lavabo

mpako wa pili

dumeski frča

sabuni

sapuni

jeli ya kuogea

tuširimasko geli

shampuu

šamponi

flana

flanela

toa maji

kada ćidimaske pani

krimu

krema

kiondoa harufu

dezodoransi

kioo

ajna

kioo mkono

vasteski ajna

kinyozi

žileti moravimaske

povu la kunyoa

moravimaski pena

baada ya kunyoa

palal muravimaski krema

kichana

kanglik

brashi

frča

kikausha nywele

feni balenge

marashi ya nyewele

sprej balenge

vipodozi

šminka

kidomwa

karmini

varnish ya msumari

oja najenge

pamba

pamuko pošom

mkasi wa kucha

kata najenge

manukato

parfemi

mkoba wa kuosha

gono thovimaske

kinyesi

sandaliya

mizani

tereziya

nguo ya kuoga

bademantili

glavu za mpira

gumena kalcunya

kisodo

tamponi

sodo

toaletno lil

kemikali choo

hemikano toaleti

chumba ya mtoto
čhavengi kamara

saa ya kengele
alarmesko sato
kidoli cha kupakata
mangli khelutni
gari bandia
vordonora khelimaske
kelele
tropalka
chumba cha midoli
bebedžikongo kher
sasa
bakšiši

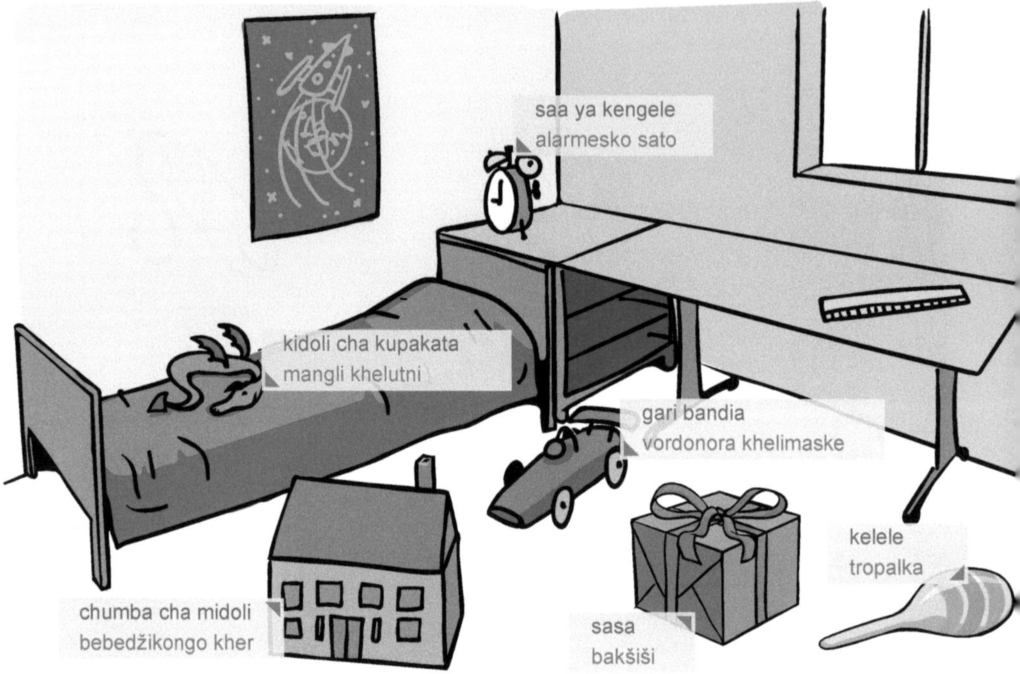

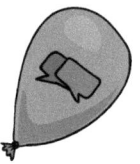

baluni
baloni

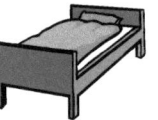

kitanda
kreveto

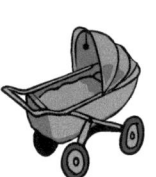

mashua
bebengo vordon

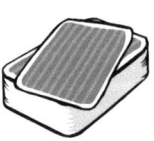

staha ya kadi
špili karte

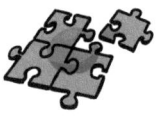

mchezo-fumb
ker-rumin khelin

SUPER
MEGA

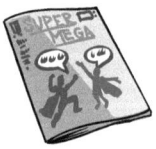

vichekesho
komikano lil

matofali lego

lego kocke

vitalu mwigo

kocke khelimaske

hatua takwimu

akciaki figura

suti ya kulalia

bodi bebeske

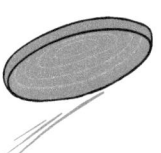

kisahani

frizbi

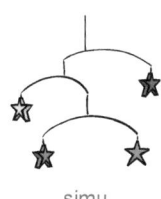

simu

mobile

ubao wa michezo

masa khelimaske

kete

zari

garimoshi mwigo

pampuri khelimaske

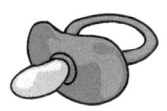

dummy

cucla

chama

bahlana

picha kitabu

tasvirengo lil

mpira

topka

kikaragosi

bebedžiko

kucheza

khelibe

shimo la mchanga

pošikako than

bembea

kuna

vitu bandia

khelimaske butya

kiweko cha video ya mchezo

konzola video khelimaske

baiskeli ya magurudumu

triciklo

matatu

mwanasesere

poftaneski ričini

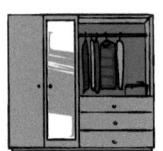

kabati

garderoba

nguo

šeja

soksi

kalcunya

stokingi

khuvde kalcunya

kibano

hulahopke

skafu
momija

mwavuli
čadori

ukanda
kaiši

fulana
maica

viatu
čizme

ndara
papuče

wakufunzi
trenerke

malapa
....
sandale

viatu
....
menije

mabuti ya mpira
....
gumena čizme

suruali ya ndani
....
sostenya

sidiria
....
eleko

fulana
....
jeleko

mwili
bodi

suruali
pantalonya

dangirizi
farmerke

sketi
suknya

blauzi
bluza

shati
gat

vuta
puloveri

sweta
dukseri

bleza
harno kaputi

jaketi
džeketi

koti
kaputi

koti la mvua
biršimdesko mantili

maleba
kostimi

gauni
fustano

mavazi ya harusi
prandinako fustano

suti

kostumi

vazi la usiku

rakjako fustano

pajama

pižame

sari

sari

skafu

momija šereske

kilemba

turbani

burka

burka

kaftan

kaftani

abaya

abaya

vazi la kuogelea

nangyovimaske šeja

vazi la kiume la kuogelea

buxle pantolonya

kaptura

harne pantolonya

teitei

sporteske trenerke

aproni

kecelya

glavu

vasteske kalcunya

kifungo

kopča

glasi

gjuzlukya

bangili

belegziya

mkufu

mirikle

pete

angrustik

herini

čeni

kofia

stadik

kiango cha koti

kaputeski čiviya

kofia

stadik

tai

kravata

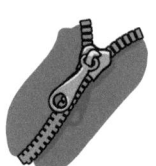

zipu

patenti

kofia

kaciga

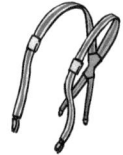

kanda za suruali

dandenge proteze

sare za shule

školaki uniforma

sare

uniforma

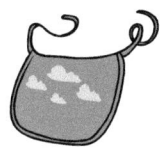

bibu

ligarka

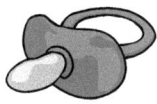

dummy

cucla

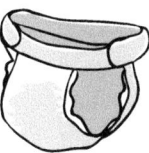

nepi

pherno

ofisi

ofiso

seva
serveri
kabati la kuweka faili
raftija dokumentenca
kichapishaji
printeri
karatasi
lil
kiwambo
monitori
kipanya
mausi
dawati
masa butyake
folda
folderi
kibodi
tastatura
cha kuweka karatasi chafu
hudimaske lila
kiti
sandaliya
kompyuta
kompjuteri

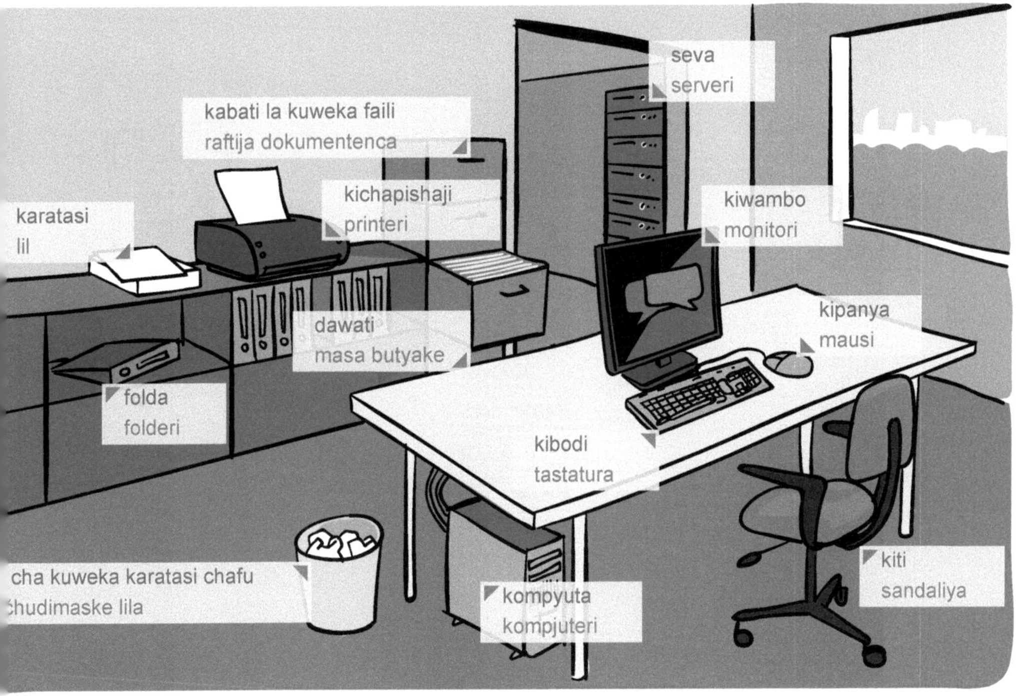

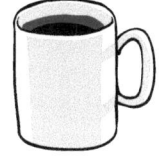

kmobe la kahawa

fildžano kafake

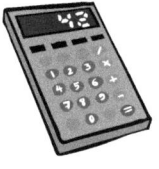

kikokotoo

kalkulatori

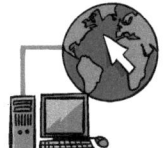

biashara

internet

mbali

laptop

barua

lil

ujumbe

mesaži

rununu

mobilno telefono

intaneti

netvorko

fotokopia

kopirimaski makina

programu

softveri

simu

telefono

soketi

štekeri

kipepesi

faks makina

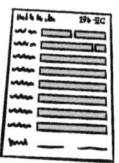

fomu

formulari

hati

dokumento

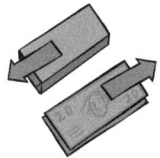

kununua

kinibe

kulipa

pokinibe

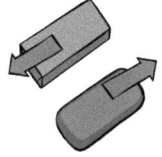

biashara

kino-bikinibe

fedha

love

dola

dolari

yuro

euro

yeni

jeni

rouble

rublya

faranga ya Uswisi

švajcariako franko

renminbi yuan

renminbi juan

rupia

rupija

eneo la kulipia

lovengo automati

ofisi ya ubadilishanaji

biro baši devize

dhahabu

somnakaj

fedha

rup

mafuta

petroli

nishati

energia

bei

fiyati

mkataba

kontrakto

kodi

taksa

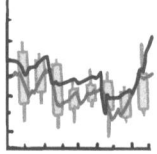

bidhaa

berzaki akcija

kazi

butikeribe

mfanyakazi

butyarno

mwajiri

butyako dendutno

kiwanda

fabrika

duka

dukyano

afisa wa polisi
Policiako oficero

mzimamoto
jagako aćhavutno

mpishi
habekerutno

daktari
doktoro

rubani
piloti

mtunza bustani

bavčako butyarno

seremala

tišleri

mshonaji

šnajderka

hakimu

krisuno

mwanakemia

hemičari

muigizaji

akteri

dereva wa basi

autobusesko šoferi

dereva wa teksi

taksisti

mvuvi

mačhengo astarutno

mwanamke wa kusafisha

užarutni

mwezekaji

učharinengo kerutno

mhudumu

kelneri

mwindaji

avdžija

mchoraji

tasvirkerutno

mwokaji

furnadžia

umeme

elektrikako phirno

mjenzi

tamirutno

mhandisi

inžinjeri

mchinjaji

kasapi

fundi bomba

panjesko butyarno

mwanaposta

poštari

mwanajeshi

askeri

msanifu majengo

arhitekto

keshia

kasieri

muuza maua

luludyari

msusi

frizeri

kondakta

kondukteri

mekanika

mekanisti

nahodha

kapetani

daktari wa meno

dandengo saslyarno

mwanasayansi

vigjanalo manuš

rabbi

rabini

imamu

imami

mtawa

rašaj

kasisi

rašaj

zana

alatia

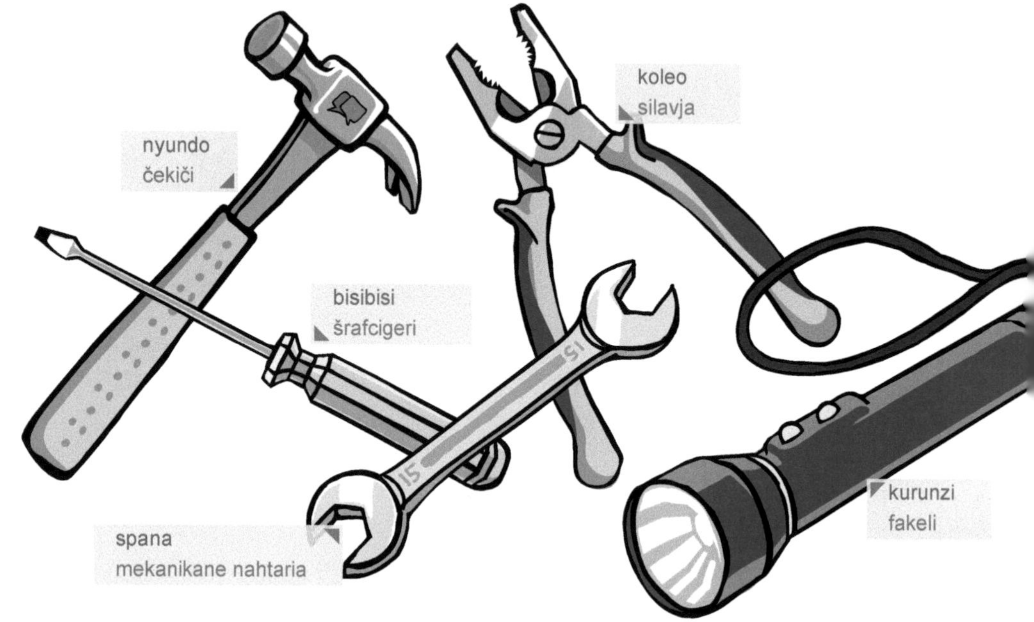
nyundo
čekiči
koleo
silavja
bisibisi
šrafcigeri
spana
mekanikane nahtaria
kurunzi
fakeli

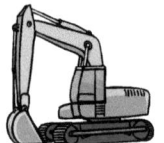

mchimbaji

hrandimasko alati

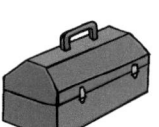

sanduku la vifaa

alateski kutia

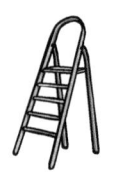

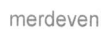

ngazi

merdeveni

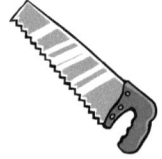

msumeno

pila

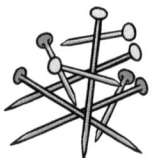

misumari

karfa

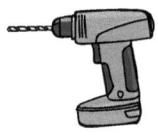

kuchimba visima

posavin

kukarabati

lačharkeribe

sepetu

lopata

Lo!

Naleti!

kishikio cha uchafu

vatrali

chungu cha rangi

lonco bojimaske

skurubu

šrafja

ala za muziki

muzikane instrumentia

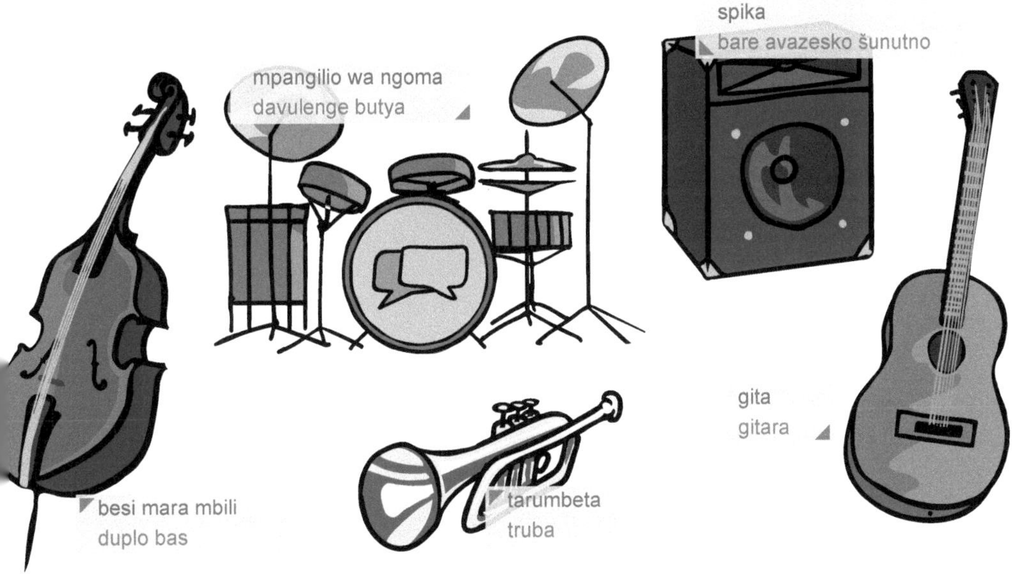

spika
bare avazesko šunutno

mpangilio wa ngoma
davulenge butya

besi mara mbili
duplo bas

tarumbeta
truba

gita
gitara

piano
piano

fidla
kemana

ubeji
bas

timpani
timpani

ngoma
davulia

kibodi
sintisajzeri

saksafoni
saksafoni

filimbi
flejta

maikrofoni
mikrofoni

bustani ya wanyama

zoo

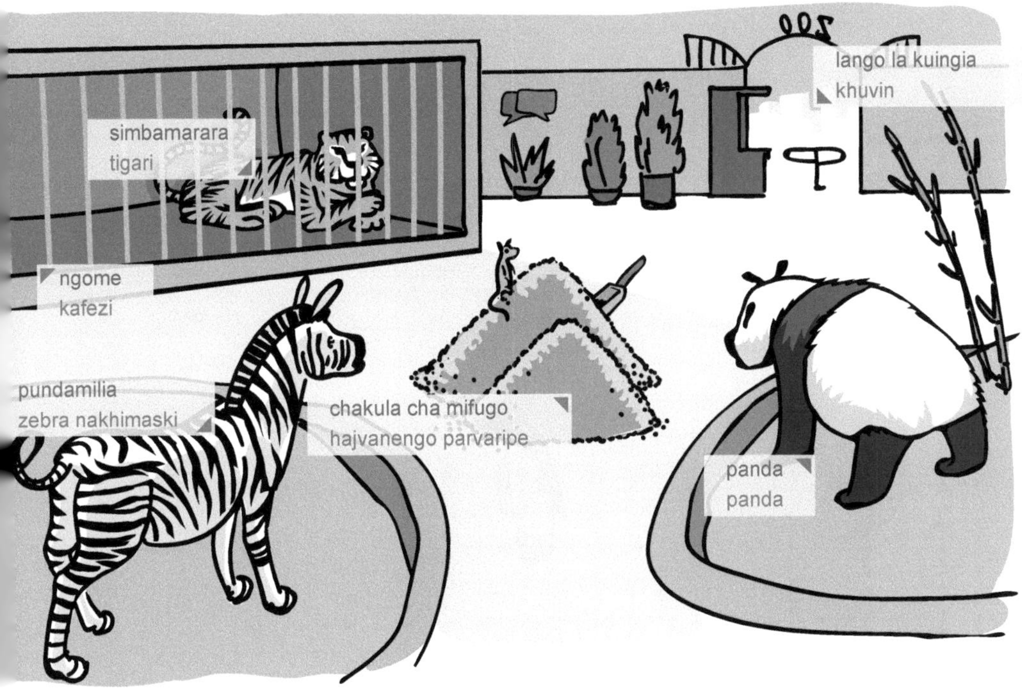

simbamarara
tigari
ngome
kafezi
pundamilia
zebra nakhimaski
chakula cha mifugo
hajvanengo parvaripe
lango la kuingia
khuvin
panda
panda

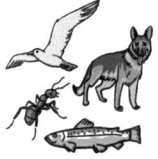

wanyama

hajvania

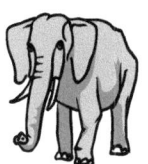

tembo

elefanti

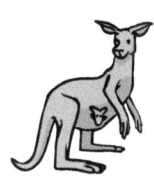

kangaruu

kenguri

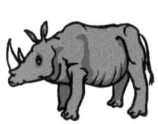

kifaru

rino

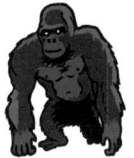

sokwe

gorila

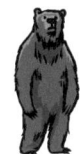

dubu

ričini

ngamia

kamila

mbuni

ostriga

simba

aslani

tumbili

majmuni

heroe

flamingo

kasuku

papagali

dubu

polarno ričini

penguini

pingvini

papa

ajkula

tausi

pauno

nyoka

sap

mamba

krokodilo

mtunza wanyama

zoo arakhutno

muhuri

foka

jaguar

jaguari

mwanafarasi
poni

chui
leopardi

kiboko
hipo

twiga
žirafa

tai
zorale kandžengi paškin

nguruwe mwitu
bali

samaki
mačho

kobe
želka

sili
morži

mbweha
lumri

paa
gazela

soka ya marekani
Amerikako fudbali

uendeshaji baiskeli
biciklizmo

tenisi
tenis

mpira wa kikapu
basketboli

kuogelea
nangjovibe

ndondi
boksi

magongo ya barafuni
hokej ko paho

soka
fudbali

vinyoya
badmington

riadha
atletika

mpira wa mikono
vasteskoboli

skii
skiibe

polo
polo

shughuli
aktivitetia

cheka
asaibe
kuruka
hutibe
kumbatia
deibe angali
kutembea
phiribe
kuimba
giljavibe
ota ndoto
dikhibe suno
kuomba
azirikeribe
busu
čumibe

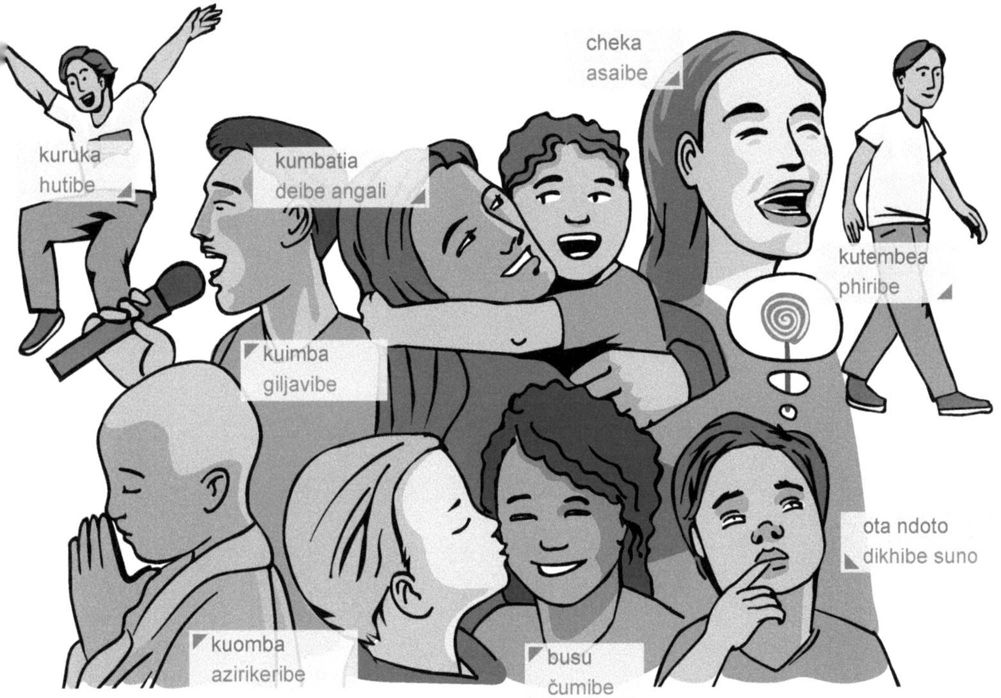

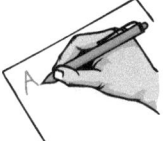

kuandika

hramovibe

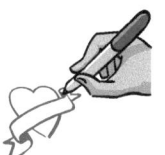

kuteka

čitribe

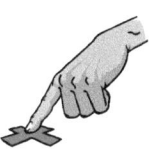

angalia

sikavibe

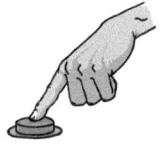

sukuma

cidljaribe

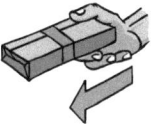

kutoa

deibe

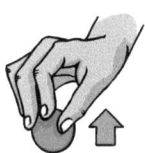

kuchukua

leibe

kuwa

isibe

fanya

keribe

kuwa

te ovel

kusimama

tergyovibe

kukimbia

prastaibe

vuta

cidibe

kutupa

čhudibe

kuanguka

peribe

hadaa

hovavibe

kusubiri

adžikeribe

kubeba

phiravibe

kukaa

bešibe

vaa nguo

urjavibe

usingizi

sovibe

kuamka

džangavibe

kuangalia

dikhibe ko

lia

rovibe

kiharusi

čalavibe

chana nywele

uhlavibr

ongea

vakeribe

kuelewa

haljovibe

kuuliza

puč

kusikiliza

šunibe

kunywa

piibe

kula

habe

nadhifisha

užaribe

upendo

kamibe

mpishi

keribe habe

gari

paldibe vordon

kuruka

urjalibe

meli
vaporea džaibe

kokotoa
kalkulirin

kusoma
drabaribe

kujifunza
sikljovibe

kazi
butikeribe

kuoa
prandibe

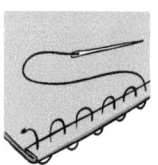

kushona
suvibe

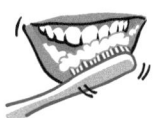

piga mswaki
thovibe danda

kuua
mudaribe

moshi
piibe dahani

kutuma
bičhalibe

bibi
mami

babu
papu

baba
dat

mama
daj

mtoto
bebe

binti
čhaj

bin
čhavo

mgeni
misafiri

shangazi
bibi

mjomba
kako

kaka
phral

dada
phen

mwili

trupo

paji la uso
čekat
jicho
jakh
bega
piko
kidole
naj
uso
muj
kidevu
vilica
mkono
vast
mguu
pundro
matiti
čuči
mkono
musik

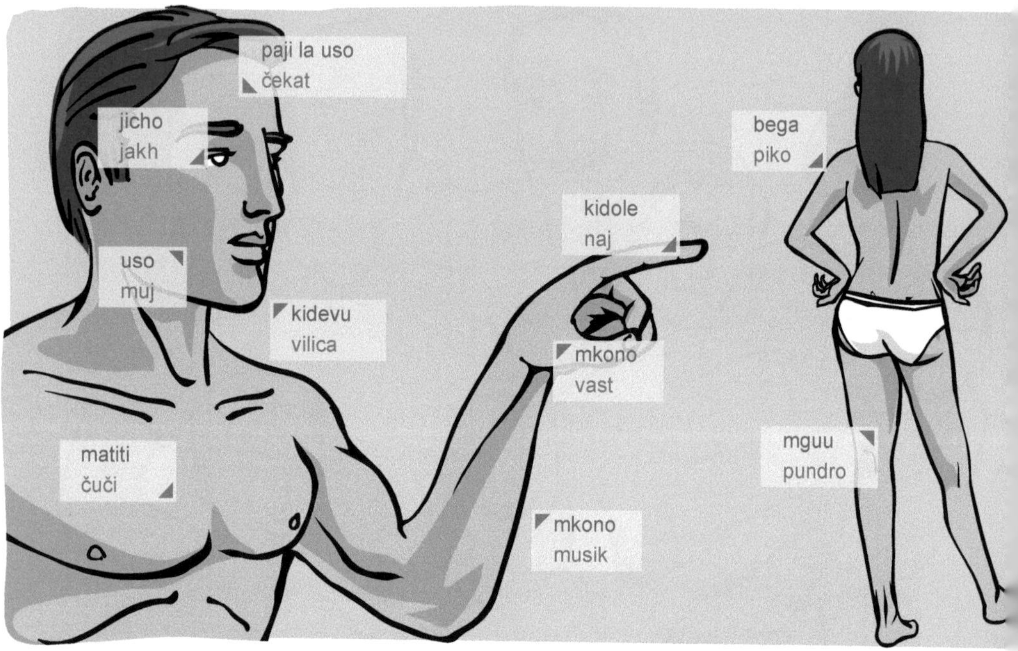

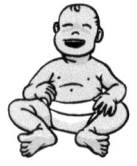

mtoto

bebe

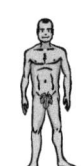

mwanamume

murš

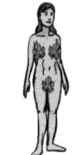

mwanamke

džuvli

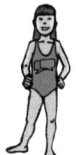

msichana

čhaj

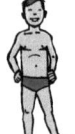

mvulana

ćhavo

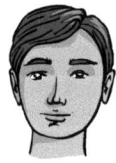

kichwa

šero

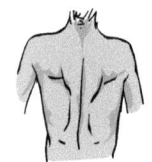

nyuma
dumo

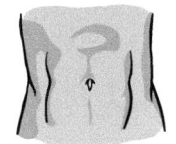

tumbo
maškar

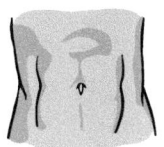

kitovu
pupko

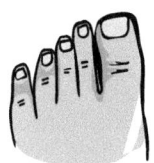

chano
pundrenge naja

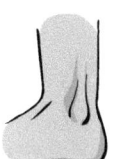

kisigino
patum

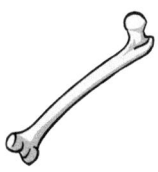

mfupa
kokalo

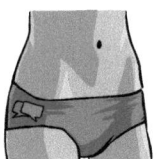

nyonga
kuko

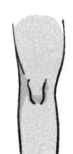

goti
koč

kiwiko
lahci

pua
nakh

chini
bul

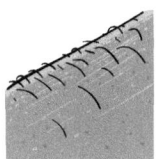

ngozi
mortik

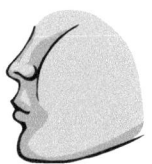

shavu
čham

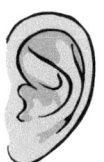

sikio
kan

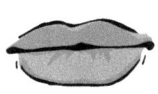

mdomo
voš

kinywa

muj

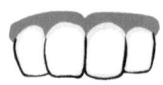

jino

danda

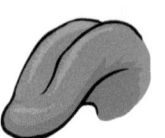

ulimi

ćhib

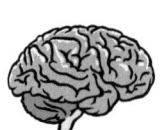

ubongo

godi

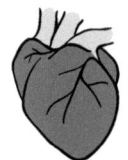

moyo

vilo

misuli

muskulo

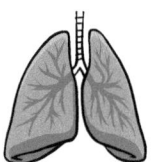

pafu

kolin

ini

buko

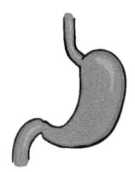

tumbo

vogi

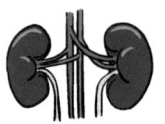

figo

bubrekora

jinsia

seks

kondomu

kondomi

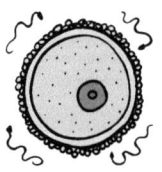

ovari

yarengi kletka

shahawa

sperma

mimba

khamnipe

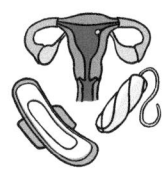

hedhi

menstruaciya

uke

vagina

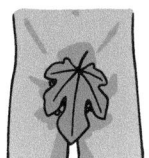

uume

penis

unyusi

phov

nywele

bala

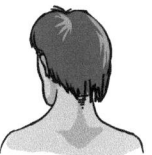

shingo

men

hospitali
hospitalo

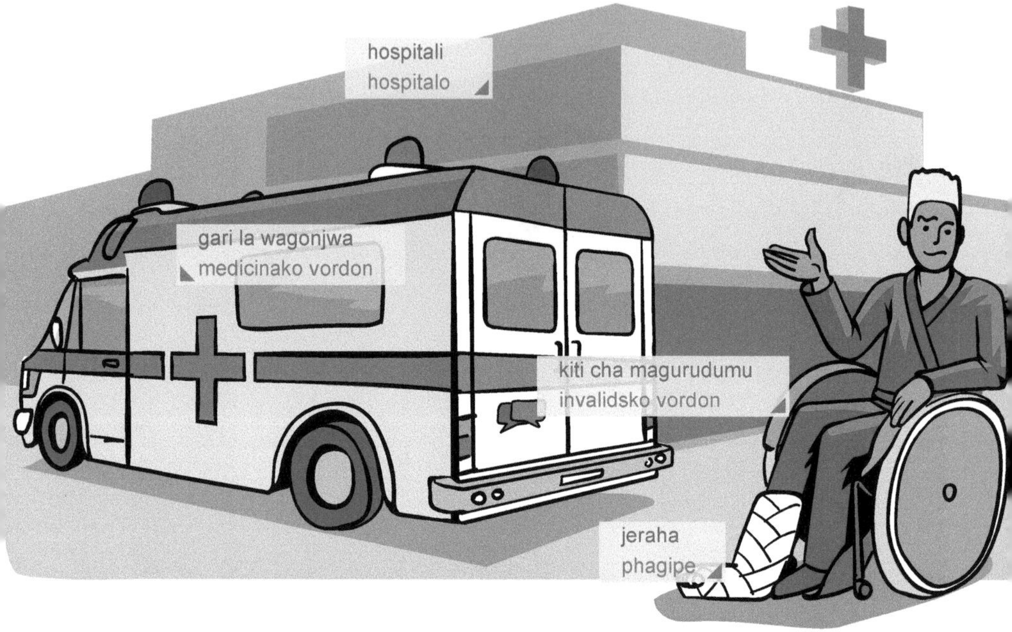

hospitali
hospitalo
gari la wagonjwa
medicinako vordon
kiti cha magurudumu
invalidsko vordon
jeraha
phagipe

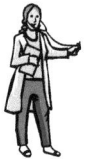

daktari

doktoro

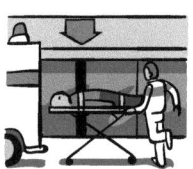

chumba cha dharura

sigyarimaski kamara

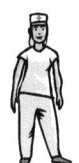

muuguzi

medicinaki phen

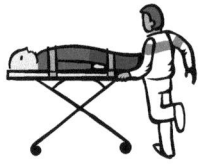

dharura

sigyaripen

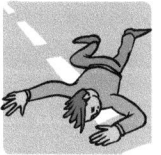

kupoteza fahamu

ki koma

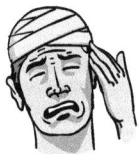

maumivu

dukh

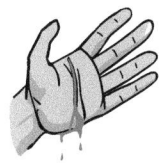

kuumia

dukhavipen

kutokwa na damu

ratvaripe

mshtuko wa moyo

infrakto

kiharusi

šlog

mzio

alergiya

kikohozi

khuinibe

homa

tinanipe

mafua

gripa

kuharisha

diyarea

maumivu ya kichwa

šereski dukh

kansa

kanceri

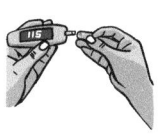

ugonjwa wa kisukari

diyabetes

daktari mpasuaji

operaciya

kisu kidogo cha kupasulia

skalperi

operesheni

operaciya

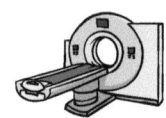

picha changanufu ya mwili

CT

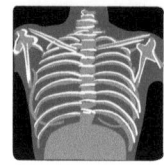

Eksrei

rentgen

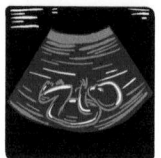

mawimbi sauti

ultra avazo

barakoa ya uso

mujeski maska

ugonjwa

nasvalipe

chumba cha kusubiri

adžukyarimasko than

mkongojo

paterica

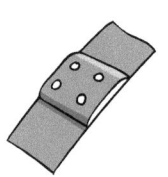

plasta

flastero

bendeji

phandimaski gaza

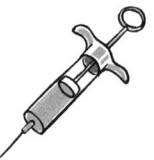

sindano

inyekciya

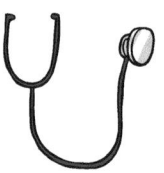

stetoskopu

stetoskopo

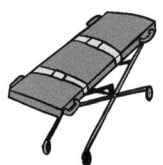

machela

tregero

kipimajoto cha kliniki

klinicko termometro

kuzaliwa

biyanipe

unene kupita kiasi

baro thulipe

kusikia misaada

ašunimasko aparato

kipukusi

dezinfekciako

maambukizi

infekciya

virusi

viruso

VVU / UKIMWI

HIV / SIDA

dawa

medicina

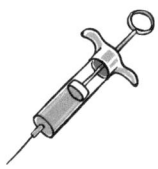

chanjo

vakcinaciya

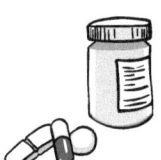

vidonge

tabletura

kidonge

hapi

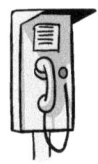

simu ya dharura

sigyarimasko akharipe

haemodainamometa

monitori vaš učo pretisak

mgonjwa / mwenye afya

nasvalo / sasto

Msaada!

Mažutisar!

kengele

alarmo

pigo

atako

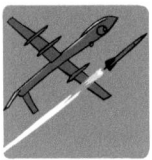

shambulizi

atako

hatari

dar buti

lango la dharura

sigyarimasko iklyovipen

Moto!

Bari jag!

kizima moto

mamuj jagako aparati

ajali

bibax

vifaa vya huduma ya kwanza

butya avgo ažutimaske

wito wa msaada

SOS

polisi

Policia

Ulaya

Evropa

Amerika ya Kaskazini

Utarali Amerika

Amerika ya Kusini

Purabali Amerika

Afrika

Afrika

Asia

Azija

Australia

Australia

Atlantiki

Atlantiko

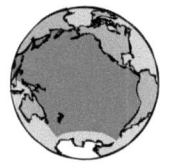

Pasifiki

Pacifiko

Bahari ya Hindi

Indiako Okeano

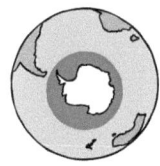

Bahari ya Antaktiki

Antarktikosko Okeano

Bahari ya Aktiki

Arktikosko Okeano

Ncha ya Kaskazini

Utaralo poli

Ncha ya Kusini
Purabalo poli

Antaktika
Antarktiko

dunia
phuv

nchi
phuv

bahari
samudra

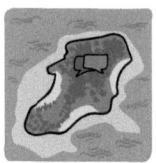

kisiwa
džaziri

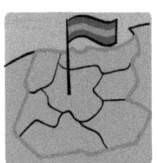

taifa
nacija

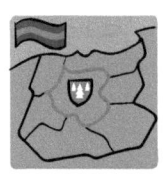

jimbo
raštra

uso wa saa

saatosko gendo

akrabu ya saa

saatoski sikavni

akrabu ya dakika

dakikongi sikavni

akrabu ya sekunde

kundarno saatoski sikavin

Ni saa ngapi?

Kozom si o saato?

siku

dive

wakati

vrama

sasa

akana

saa ya dijitali

digitalno saato

dakika

dakika

saa

časo

Jumatatu
Lujin **MO**

W Jumatano
trintodi

TU

TH

FR Ijumaa
Paraskin

Jumamosi
Savato **SA**

SO

Jumanne
Dujtodi

Alhamisi
Štartodi

Jumapili
Purano kurko

jana
erati

leo
avdive

kesho
tajsa

asubuhi
javin

saa sita mchana
ekvaš dive

jioni
blevel

siku za biashara
butyarne divesa

mwishoni mwa wiki
vikend

mvua
biršim

upinde wa mvua
renkali badalin

theluji
iv

upepo
bavlal

majira ya machipuko
anglonilaj

vuli
palonilaj

kiangazi
nilaj

majira ya baridi
ivend

4.APRIL	11°	☀
5.APRIL	4°	☁
6.APRIL	13°	☁
7.APRIL	8°	☀
8.APRIL	10°	☀

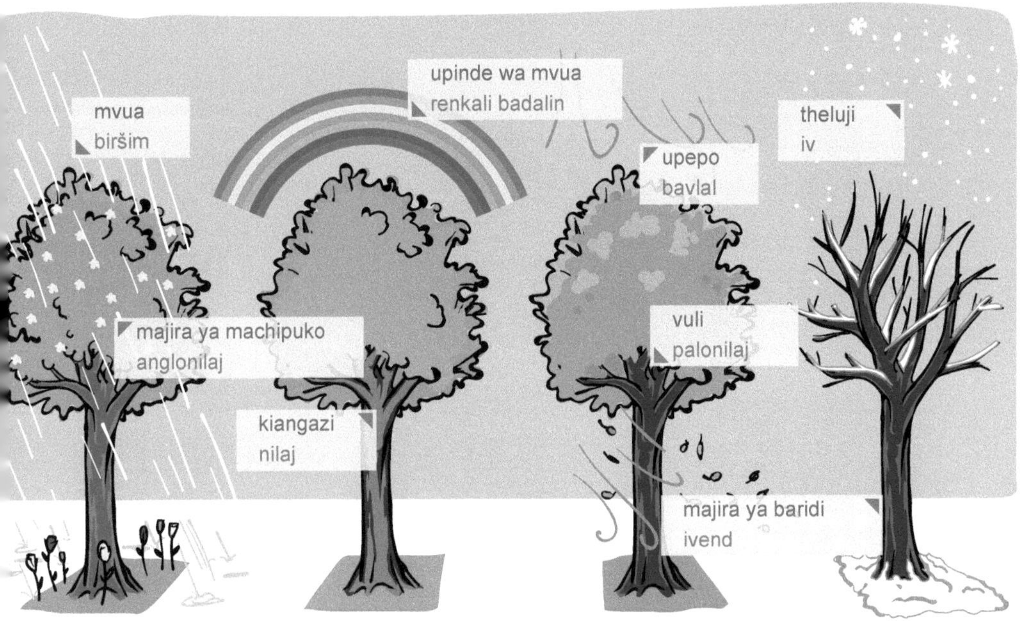

utabiri wa hali ya hewa

vramakoro vakeribe

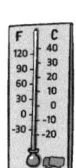

kipimajoto

termometro

mwanga wa jua

khamalo

wingu

badal

ukungu

muhi

unyevu

nemlime hava

umeme

šemšekoja

radi

šemšekosko čalavibe

dhoruba

bura

mvua ya mawe

kijameti

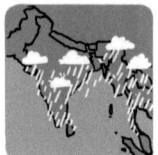

monsuni

monsuni

mafuriko

baro pani

barafu

paho

Januari

Januaro

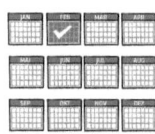

Februari

Februaro

Machi

Marto

Aprili

Aprilo

Mei

Majo

Juni

Juno

Julai

Julo

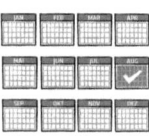

Agosti

Augusto

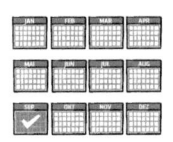

Septemba

Septembro

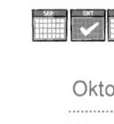

Oktoba

Oktombro

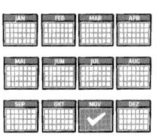

Novemba

Novembro

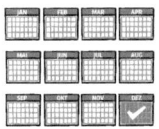

Desemba

Dekembro

maumbo
forme

mduara

rota

mraba

kvadrati

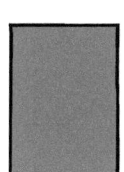

mstatili

rektanglo

pembetatu

trianglo

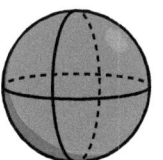

nyanja

sfera

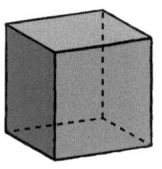

mchemraba

kocka

nyeupe

parni

manjano

galbeno

chungwa

pomarandža

rangi ya waridi

roze

nyekundu

loli

hudhurungi

lila

bluu

vunato

kijani

harjali

hanja

kafeno

jivujivu

kuršumlija

nyeusi

kali

mengi / kidogo

but / hari

hasira / pole

holjame / mudro

nzuri / mbaya

šuži / bišuži

mwanzo / mwisho

starto / agor

kubwa / ndogo

baro / tikno

angavu / giza

puterde bojako / phanle bojako

kaka / dada

phral / phen

safi / chafu

užo / melalo

kamilika / tokamilika

sahno / bisahno

siku / usiku

dive / rat

wafu / hai

mulo / dživdo

pana / nyembamba

buvlo / tank

kulika / kutolika

hala pe / na hala pe

ovu / ema

džungalo / šukar

sisimkwa / udhika

bare vogjea / bi vogjea

nene / nyembamba

thulo / kišlo

kwanza / mwisho

avgo / paluno

rafiki / adui

amal / dušmani

jaa / tupu

pherdo / čučo

ngumu / laini

zoralo / kovlo

nzito / nyepesi

pharo / lokho

njaa / kiu

bokh / truš

mgonjwa / mwenye afya

nasvalo / sasto

haramu / kisheria

ilegalno / legalno

akili / kijinga

godyaver / bigodyako

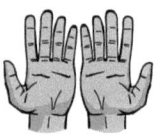

kushoto / kulia

bajan / dahin

karibu / mbali

paše / dur

mpya / kutumika

nevo / purano

kitu / jambo

khanči / vareso

zee / changa

phuro / terno

waka / zima

phabardo / ačhavdo

wazi / fungwa

puterdo / phanlo

utulivu / kelele

mudro / bare avazeskoro

tajiri / masikini

barvalo / čorolo

sahihi / kosa

čačutno / došalo

mbaya / laini

zoralo / kovlo

huzunika / furahia

mazuni / lošalo

fupi /ndefu

skurto / lungo

polepole / haraka

pohari / sigate

nyevu / kavu

sapano / šuko

joto / baridi

tato / šudro

vita / amani

mareba / sansari

0

sufuri

zero

1

moja

jek

2

mbili

duj

3

tatu

trin

4

nne

štar

5

tano

panč

6

sita

šov

7

saba

efta

8

nane

ohto

9

tisa

enja

10

kumi

deš

11

kumi na moja

dešujek

12

kumi na mbili

dešuduj

13

kumi na tatu

dešutrin

14

kumi na nne

dešuštar

15

kumi na tano

dešupanč

16

kumi na sita

dešušov

17

kumi na saba

dešefta

18

kumi na nane

dešohto

19

kumi na tisa

dešenja

20

ishirini

biš

100

mia

šel

1.000

elfu

milja

1.000.000

milioni

milioni

Kiingereza

Anglicko

Kiingereza cha Marekani

Americko Anglicko

Kimandarini cha Uchina

Kinesko Mandarinsko

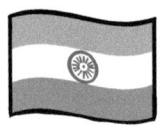

Kihindi

Indisko

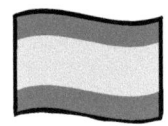

Kihispania

Špansko

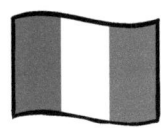

Kifaransa

Francusko

Kiarabu

Arapsko

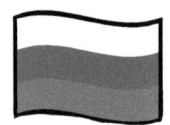

Kirusi

Rusko

Kireno

Portugalsko

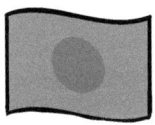

Kibengali

Bengalsko

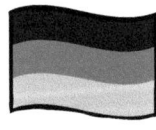

Kijerumani

Nemicko

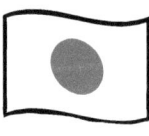

Kijapani

Japansko

mimi

thaj

wewe

tu

♂ ♀ ○

yeye / yeye / ni

ov / oj

sisi

amen

wewe

tumen

wao

ola

nani?

ko?

nini?

so?

jinsi gani?

sar?

wapi?

kote?

lini?

kana?

jina

anav

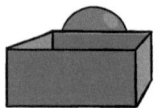

nyuma

palal

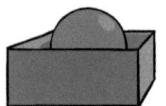

katika

andre

mbele ya

anglal o

juu ya

upral

kwenye

an

chini ya

telal

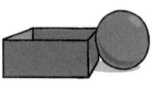

kando

trujal

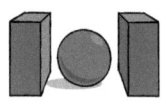

kati

maškaral

mahali

than